Dans la Stricte Exigence du Délice

In the Strict Exigency of Delight

Ci Ni Ko Banneex Laaje

Francis Coffinet

James W. Haenlin *English translation*
Mamadou Camara *Wolof translation*

THE CRICKET PUBLISHER OF AURORA
AURORA, NEW YORK

Copyright © 2021 Francis Coffinet and James W. Haenlin

All rights reserved. No part of this publication may be reproduced, stored in a retrieval system, or transmitted, in any form or by any means electronic, chemical, optical, photocopying, recording, or otherwise without prior permission in writing from the publisher.

Published by
The Cricket Publisher of Aurora
261 Main Street, Aurora, NY 13026

ISBN-10: 1-7923-2394-8
ISBN-13: 978-1-7923-2394-2

Design: paperwork

This edition is published with the amicable permission of Éditions feu de Brousse, Dakar, Sénégal.

Dans la Stricte Exigence du Délice

In the Strict Exigency of Delight

Ci Ni Ko Banneex Laaje

Premier jour

❖

First day

❖

Bés bu njëkk

«Cet ange que l'on touche»

sa grâce naissait de ce geste toujours répété,
l'avant-bras comme un segment du rêve.

«That angel that we touch»

its grace was born of this gesture constantly repeated,
the forearm like a segment of the dream.

❧

«Malaaka mi ñuy laal»

darajaam a ngi juddóo wóon ci jëf jii dul dakk,
xasab ni felliti gént.

Il faut creuser très peu
quelques centimètres au-dessous
de l'histoire du monde
dire le poème par ouverture
par incision si nécessaire.

We need to dig very little
a few centimeters beneath
the history of the world
speak the poem by opening
by incision if necessary.

Laajna gas akas lëf
lu tollook ay sàntimeetar ci ron
cosaanu àdduna
woy woywi ci ubbite
ci aw gajj suko laajee.

Je me glisse dans les disjonctions du temps
je t'observe de loin —
je travaille sur un nerf
comme je travaillerais sur un roc
même précision du geste
même force portée sur le ciseau du jour —
d'un trait d'ongle
je marque les zones qui divisent tes songes.

I slip into the disjunctions of time
I observe you from afar —
I work on a nerve
like I would work on a rock
the same gestural precision
the same force applied to the chisel of daylight —
with the stroke of a fingernail
I mark the zones that divide your dreams.

Maa ngi buruxlu ci poroxndolli jamono
tollu fu sori dila seetlu —
di ligéey ci ak siddit
ni ma fas yéenée ligéeye ci aw doj
genn yënggëtu wu teey wi —
genn doole june faax ci bés bu so
ci genn rëddi we
maa ngi màndargaal pàcc yiy xàjjale say gént.

Mon emblème est un croc
ou plutôt la marque d'un croc
un aigu inscrit dans la chair
l'iris de l'œil raconté au pulsar.

My emblem is a fang
or rather the mark of a fang
a sharp inscribed in the flesh
the iris of the eye as told to the pulsar.

Sama raaya aw sell la
walla sax màt-màti sell
ñaw-ñaw wu ñu rëdd ci aw suux
peri bët bu ñu yegge biddéewu pulsaar.

Dans la trame serrée de nos destins
nous avançons, creusant le plomb de l'air,
portant à bout de bras
la flamme obscure de la promesse —
nous, les fils de la forme.

In the tightened weft of our destinies
we go forth, digging the lead of the air,
carrying at arm's length
the obscure flame of the promise —
we, the sons of the form.

Ci sunu xat-xati ëllëk
ñu ngi xuus, di dékku ngalaw,
lu tar taawu
sunu takk-takku dig wu lëndëm —
ñun, doomi berandi yi.

L'image est lourde à porter
l'or et le sang
en amorce sur l'omoplate.

The image is heavy to bear
gold and blood
at the start of the shoulder blade.

Nataal bi diis na ci ab yen
wurus ak deret
yu nu jiital ci yaxub poolaŋ.

L'une des lignes de la nuit

prenait attache

sur le bord externe de son œil droit

quelques autres

étaient enfouies dans ses songes,

dans ses muscles

toutes articulaient la rafale,

l'opéra de ses gestes.

One of the lines of the night
took hold
on the external edge of his right eye
a few others
were buried in his dreams,
in his muscles
they all articulated the gust,
the opera of his gestures.

※

Benn ci rëdd-rëddi guddi
lonkku woon
ci peggu biti bëti ndeyjooram
yeneen yi
làquwoon ci ay géentam,
ci ay sidditam
ñoom ñepp di firndéel,
ay jëfëm yu yéemé yi.

Deuxième jour

Second day

Ñaareeli Bés

Comme une feuille
>> fine
>>>> et
>>> sèche
tu prends le feu de la guerre,
tu prends le feu de la paix.

Like a leaf
>   thin
>   and
>   dry
you take the fire of war,
you take the fire of peace.

❖

Ni aw xob
>   tàpp
>   te
>   wow
yaa ngi lakk ci safaraay xare,
yaa ngi lakk ci safaraay jàmm.

Le poète ne se fixe pas dans les chairs calmes
il erre dans les battements du sang
il s'égratigne aux stalactites de l'encéphale.

The poet does not settle into calm flesh
he wanders in the beating of the blood
he scrapes against the stalactites of the primitive brain.

Ndaanaan bi du wékku ci suux yu tekkaaral yi
day dukkët ci yëngëtuy deret ji
day xuriku ci ñagas-ñagasi yóor gi.

Il avait su garder
son visage en lui,
pour tout fardeau
il portait une veine
sur le dessus de la main.

He knew how to keep
his face within himself,
for his only burden
he bore a vein
on the back of his hand.

Manewoon naa nëbb
xarkanamam lool,
genn siddit rekk
la taawuwoon
ci biti loxoom.

Troisième jour

❖

Third day

❖

Ñetteeli bés

. . . alors

j'ai été traversé par le filin du rêve

vrille sans fin

de la plus belle histoire

ou arc appelé par le vœu de la foudre,

l'abstraite foudre du sommeil —

même sensation que celle de l'enfant

qui pour la première fois jette hors de lui ce qu'il est.

. . . and so
I was traversed by the hawser of the dream
endless augur
of the most beautiful tale
or arc hailed by the wish for the thunderbolt,
the abstract thunderbolt of sleep —
the same sensation as that of the child
who for the first time tosses away what he is.

※

. . . booba
lama ñaw-ñawu gént ne carax
ak bënnu netali bi gënë rafet
te du dakk
walla xeej wu dënnu teewloo,
dënnuy nelaw yu xóot yi —
genn yëg-yëg bu wutewul ak
bu xale biy sooga tàggalikook li mu doon.

Il y a longtemps que nous avons quitté le futur

lent retour vers le sommet

cœur battant à rebours

nous nous mouvons

dans la stricte exigence du délice.

It's a long while since we left the future
slow return toward the summit
heart beating the countdown
we move
in the strict exigency of delight.

Yàgg na bi ñu wonee ëllëk ginnaaw
ñibbisi bu yéex wutëli coll wa
ak xol buy rëkk melni luy siisu
ñu ngi yënggu
ci ni ko banneex laaje.

Poème qui n'oublie pas
pour l'amour d'un être brisé
donne-moi de la lumière.

Poem that does not forget
for the love of a broken being
give me some light.

Taalif bi dul fàte
ngir cofeel ci nit ku toskare
mayma ak leer.

Quatrième jour

Fourth day

Ñeenteeli bés

Lourde et séminale
une fleur se déploie dans l'âge.

La nostalgie tire en moi
ses traits à la règle.

Heavy and seminal
a flower blooms as it ages.

Nostalgia draws in me
its lines with a straightedge.

Ab tóor-tóor a ngi jèbbi lu yàgg
diis ni jigéen ju ëmbb.

Nommeel a ngi
may moom.

Plus de preuve

seulement le geste,

une grande fresque de l'épuisement —

suivre les lourdes veines de mercure

intervertir les molécules de la roche et celles de la chair.

No more proof
only the gesture,
a grand fresco of exhaustion —
follow the heavy veins of mercury
invert the molecules of the rock and those of the flesh.

Firnde amatul
yënggëtu bi rekk,
màndargaay coono gu tar —
topp sidditi merkuur yu diis yi
juuyale penddexiti xeer wi ak yu suux wi.

Les sphères brûlent dans les sphères

et le pardon

occupe tout l'espace de mes mots

ne laisse pas un interstice

pour que s'y glisse

        un cheveu

        de matière

                étrangère.

The spheres burn in the spheres
and the pardon
occupies the full space of my words
leaves not the slightest gap
into which could slide
  a hair
  of foreign
    matter.

Wërngël yaa ngi lakk ci biir wërngël yi
te njeegël
fees na samay kàddu
bul bàyyi benn diggënté
wu kawaru
  doxandéem
  mana
    poroxlu.

Un fin rempart tissé par trop de présence
un voile brûlé de muscles et de mots —
la nuit est venue se poser sur le rebord de nos îles
nous glissons sur notre propre image :
une effigie tracée sur une rivière d'huile.

A fine rampart woven by too much presence
a charred veil of muscles and words —
night came to rest on the sill of our isles
we slip on our own image:
an effigy traced on a river of oil.

Aw sàkket wu nu raabe ci teewlu gu mat
muurukaay wu ay siddit a ki kàddu lakk —
guddi gi ñëwna ne toŋ ci sunuy peggi dun
ñoo ngi barastiku ci sunu nataali bopp:
raaya wu nu rëdd ci dexug diw.

Pendant un moment
je n'aurai plus rien à te dire
juste à caresser ton corps
rompre ses tensions
aimanter son histoire.

For a moment
I would have nothing more to say to you
just to caress your body
release its tensions
magnetize its history.

Ci lu tollok ab diir
du ma amati lenn lu ma la wax
xanaa di raay sa yaram
dakkal ay tawatam
xëcc jalooreem.

Cinquième jour

Fifth day

Juróoméeli bés

Par ce geste sans cesse répété de la main
je pénètre dans l'ordre des choses

maintenant que le fils
porte l'oreille gauche percée

maintenant que le fleuve remonte le fleuve
comme un cavalier moghol.

By this endlessly repeated gesture of the hand
I penetrate the order of things

now that the son
has his left ear pierced

now that the river flows back up the river
like a Moghol warrior.

⁂

Ci yënggu-yënggu loxo bii dul dakk
maa ngi def sama warigar

leegi bi nga xameene
noppu cammoñu doom bënn na

leegi bi nga xameene dex gi war na dex gi
ni ab gawaru moongóol.

L'aveu fut ce long poème

entamé avant l'exil de sa vie

et achevé un soir

alors que le nom de l'aimé

venait de se figer

entre la lèvre et l'œil.

The confession was this long poem
begun before the exile of his life
and concluded one evening
when the name of the beloved
came to be frozen
between the lip and the eye.

Li ko firndéel mooy taalif wu gudd wii
ñu door lu jiitu gàddaayam
te sootal ko genn guddi
gu turu sooppe
doon nooppee sax
diggante tuñ ak bët.

Epervier de la douleur
quelle fée plane au-dessus de toi?
Quelle fée te protège de son vol?

Raptor of pain

what good fairy soars above you?

What good fairy protects you from his flight?

Piccam mbugël

jan jinnée lay tiimu?

Jan jinnéey naaw di la sàmm?

Sixième jour

Sixth day

Juróom mbeeneeli bés

Que le sang
fasse la paix avec le sang

que la vie se pose sur toi
de tous ses voiles
de tout son poids,

dans la grande foi
de nos yeux clos
plus forte que celle des chevaliers de la Toison.

May the blood
make its peace with the blood

may life settle upon you
with all its wings
with all its weight,

in the full faith
of our eyes closed
even stronger than that of the knights of the Fleece.

Na deret
jàmmook deret

nala dundd gi wuyusi
ak i laxasaayam
ak diisaayam,

ak sunuy gët
yu ne fatuus
ànddak ngëm lu raw wu gawari Kuuyu wurus wa.

Septième jour

❧

Seventh day

❧

Juróom ñaareeli bés

Comme une langue de reptile

comme une pensée qui se glisse

entre chair et peau

j'ai vécu des siècles

dans le grand souffle méridien

entre le cœur du fruit

et la matière vibrante de notre frayeur.

Like the tongue of a reptile
like a thought that slides
between flesh and hide
I have lived for centuries
in the great southern breath
between the heart of the fruit
and the vibrant matter of our fear.

❖

Ni làmmiñu wotatukat
ni xalaat wuy nacc
diggante suux ak der
dundd naa
lu tollook ay xarnu
ci biir diggi njoolloor yi
diggënte xolu meeñeef bi ak sunu tiitaange gu fés.

Mais elle est lourde

la plaque d'eau

l'ensommeillée du monde

l'insaisissable mer étendue sur nos rêves.

But it is heavy

the slab of water

the sleepy one of the world

the elusive sea spread across our dreams.

Waaye nak aka diis

gànnax bi

nelawaani àdduna

gééj gu tërëdi gi mëdd sunuy gént.

Par chaque infime canal

qu'elle porte en nous

l'âme foreuse

fait se glisser un peu de sens.

By each minute canal
that it lays in us
the drilling soul
slips in a bit of meaning.

Ci bepp yoon wu sew
wu mu nu mana jaare
gaskat baa ngi wéy
di nu ginddi.

J'effleure

jusqu'à l'agacement

la matière friable de nos risques.

I brush

right to annoyance

the friable matter of our risks.

Maa ngi riisu

ba tàyyi

sunuy tafaar yu wóorëdi yi.

De mon index j'ai frôlé la crête aiguë de la sainteté

je porte Dieu comme une blessure

le révulsif qui appelle le monde.

With my index finger I grazed the acute crest of sainthood
I carry God like a wound,
the revulsive who summons the world.

Ak sama baaraamu joxoñ feresu naa colli ngëm lu ñaw li
yalla rekk laay gis ci gaañ-gaañ bi
saafara wiy sanggat àdduna.

Also by Francis Coffinet

Le corps s'occulte, Brandes, 1982

Instants, Brandes, 1984

D'air et de boue, Les Cahiers bleus, 1985

La terre et la tempe, bilingual edition, French and Bulgarian, translation by Nicolaï Kantchev, Les Cahiers bleus, 1992

Marche sur le continent en veille, bilingual edition, French and Romanian, translation by Horia Badescu, Les Cahiers bleus, 1998

Je t'ai construit dans la promesse, bilingual edition, French and English, translation by Patricia Nolan, Anagrammes, 1998

Je t'ai construit dans la promesse, new edition, L'oreille du Loup, 2011

Les Armes du silence, Éditions L. Mauguin, 1999

Épreuves chamaniques, Alidades, 2006

Les Fleuves du sixième sens, Dumerchez, 2006

Je suis allé au soufre natif, Zurfluh/Cahiers Bleus, 2009

Les Ambassades du vide, L'oreille du Loup, 2010

Je t'ai construit dans la promesse, réédition: LADV, 2011

Bilingual and trilinqual editions by The Cricket Publisher of Aurora

Épreuves chamaniques, French-English, 2016

Les Fleuves du sixième sens, French-English, 2017

L'argile des voyous and J'incise le défi, French-English, 2017

Les ambassades du vide, French-English-Spanish, 2021

www.ingramcontent.com/pod-product-compliance
Lightning Source LLC
Chambersburg PA
CBHW022120090426
42743CB00008B/940